AF406435
Aking Superpower:
Ang Kamangha-
manghang Mundo ng
Autism
Tagalog
Marcy Schaaf

My Superpower:
The Amazing World of
Autism
Marcy Schaaf

Every person is unique, with their own special abilities that make them who they are. But did you know that some kids have superpowers that make them stand out in incredible ways? Kids with Autism are like superheroes in our world, each with a special gift that helps them see, hear, and feel the world differently.

This book is about discovering those superpowers. Whether it's a talent for music, an eye for detail, or a heart full of kindness, these superpowers can lead to amazing careers and incredible achievements. Just like famous people who've used their Autism superpowers to change the world, every child has the potential to do something extraordinary.

So, let's celebrate these unique superpowers and imagine the incredible things you can do with yours. Because being different isn't just okay—it's what makes you super!

Ang bawat tao ay natatangi, na may kani-kanilang mga espesyal na kakayahan na gumagawa sa kanila kung sino sila. Ngunit alam mo ba na ang ilang mga bata ay may mga superpower na nagpapalabas sa kanila sa hindi kapani-paniwalang paraan? Ang mga batang may Autism ay parang mga superhero sa ating mundo, bawat isa ay may espesyal na regalo na tumutulong sa kanila na makita, marinig, at madama ang mundo sa ibang paraan.

Ang aklat na ito ay tungkol sa pagtuklas ng mga superpower na iyon. Kung ito man ay isang talento para sa musika, isang mata para sa detalye, o isang pusong puno ng kabaitan, ang mga superpower na ito ay maaaring humantong sa mga kamangha-manghang karera at hindi kapani-paniwalang mga tagumpay. Tulad ng mga sikat na tao na ginamit ang kanilang mga superpower ng Autism upang baguhin ang mundo, ang bawat bata ay may potensyal na gumawa ng isang bagay na hindi pangkaraniwan.

Kaya, ipagdiwang natin ang mga natatanging superpower na ito at isipin ang hindi kapani-paniwalang mga bagay na magagawa mo sa iyo. Dahil hindi lang okay ang pagiging iba—ito ang nakakapagpahanga sa iyo!

Some kids with Autism have incredible hearing, like they can hear tiny sounds far away.

Ang ilang mga batang may Autism ay may hindi kapani-paniwalang pandinig, na parang nakakarinig sila ng maliliit na tunog sa malayo.

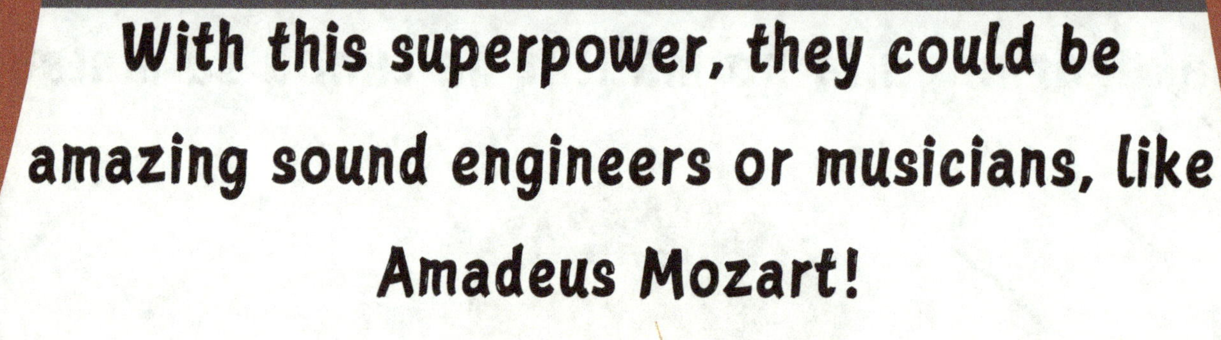

With this superpower, they could be amazing sound engineers or musicians, like Amadeus Mozart!

Gamit ang superpower na ito, maaari silang maging mga kamangha-manghang sound engineer o musikero, tulad ni Amadeus Mozart!

Others can remember everything they see or
hear, like having a super vision!

Naaalala ng iba ang lahat ng nakikita o naririnig nila, tulad ng pagkakaroon ng super vision!

This super memory can make them great historians or researchers, like Temple Grandin!

Ang sobrang memorya na ito ay maaaring maging mahusay na mga istoryador o mananaliksik, tulad ng Temple Grandin!

Some kids with Autism see the world in colors
and shapes others might miss.

Ang ilang mga batang may Autism ay nakikita ang mundo sa mga kulay at hugis na maaaring makalimutan ng iba.

They could become fantastic artists, designers, or architects, like Frank Lloyd Wright!

Maaari silang maging mga kamangha-manghang artist, designer, o arkitekto, tulad ni Frank Lloyd Wright!

Some kids with Autism are amazing at solving puzzles, like superheroes with super smarts.

Ang ilang mga batang may Autism ay mahusay sa paglutas ng mga puzzle, tulad ng mga superhero na may sobrang talino.

They might grow up to be engineers or
computer programmers, like Satoshi Tajiri,
creator of Pokémon!

Maaaring lumaki silang mga inhinyero o computer programmer, tulad ni Satoshi Tajiri, tagalikha ng Pokémon!

Others might have a super sense of touch,
feeling textures that others don't even
notice.

Ang iba ay maaaring may sobrang sense of touch, nakakaramdam ng mga texture na hindi man lang napapansin ng iba.

This could make them skilled in fashion design, carpentry, or even as chefs, like Chef Christine Ha!

Maaari silang maging bihasa sa fashion design, carpentry, o kahit bilang chef, gaya ni Chef Christine Ha!

Some have a super love for animals,
understanding them better than anyone
else can.

Ang ilan ay may sobrang pagmamahal sa mga hayop, na mas nauunawaan ang mga ito kaysa sa sinuman.

They could become veterinarians or animal trainers, like Temple Grandin, who transformed the livestock industry!

Maaari silang maging mga beterinaryo o tagapagsanay ng hayop, tulad ng Temple Grandin, na nagpabago sa industriya ng paghahayupan!

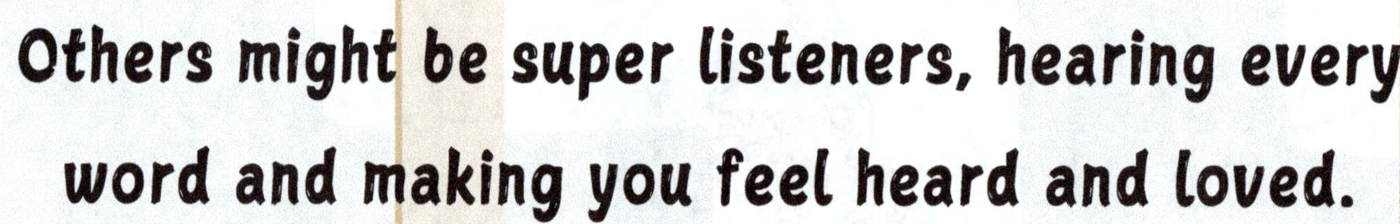

Others might be super listeners, hearing every word and making you feel heard and loved.

Ang iba ay maaaring sobrang tagapakinig, naririnig ang bawat salita at pinaparamdam sa iyo na naririnig at minamahal ka.

This could lead them to careers in counseling or teaching, like Dr. Vernon L. Smith, an economics professor!

Maaari silang humantong sa mga karera sa pagpapayo o pagtuturo, tulad ni Dr. Vernon L. Smith, isang propesor sa ekonomiya!

Some kids with Autism have an amazing talent
for music, like they were born to play!

Ang ilang mga batang may Autism ay may kamangha-manghang talento para sa musika, tulad ng ipinanganak sila upang maglaro!

They might become professional musicians,
like Glenn Gould, the famous pianist!

Maaari silang maging mga propesyonal na musikero,
tulad ni Glenn Gould, ang sikat na pianista!

Others might have a super love for numbers,
solving math problems like a superhero.

Ang iba ay maaaring may sobrang pagmamahal sa mga numero, paglutas ng mga problema sa matematika tulad ng isang superhero.

They could grow up to be mathematicians or financial planners, like Daniel Tammet, a savant with incredible math skills!

Maaari silang lumaki bilang mga mathematician o financial planner, tulad ni Daniel Tammet, isang savant na may hindi kapani-paniwalang mga kasanayan sa matematika!

Some kids with Autism can notice every little detail, like real-life detectives.

Maaaring mapansin ng ilang batang may Autism ang bawat maliit na detalye, tulad ng mga real-life detective.

This skill could make them great detectives, editors, or quality control inspectors, like Saga Noren from the TV Series "The Bridge"

Ang kasanayang ito ay maaaring maging mahusay na mga detective, editor, o quality control inspector, tulad ni Saga Noren mula sa TV Series na "The Bridge"

Others have a superpower of kindness, always caring and helping those around them.

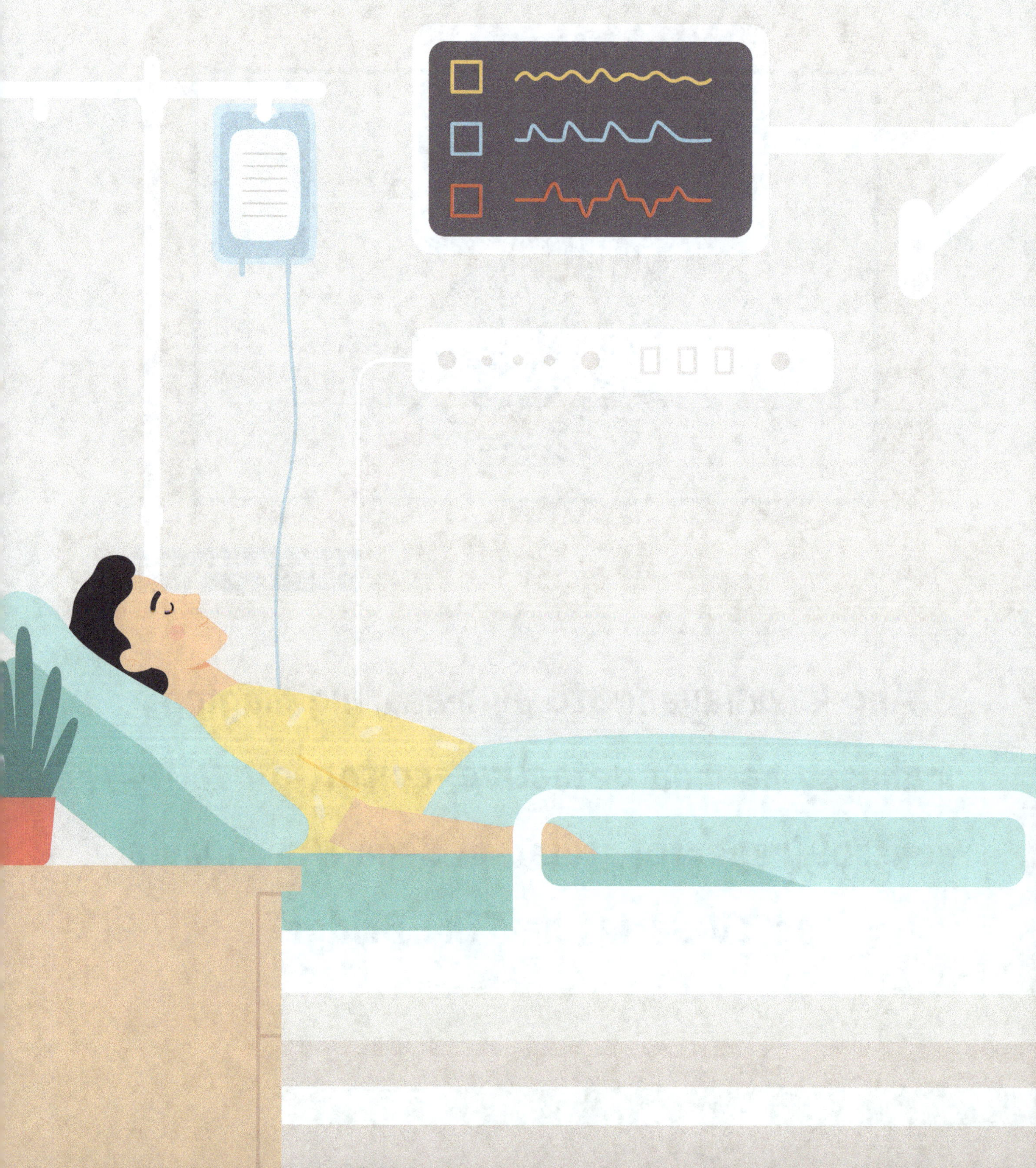

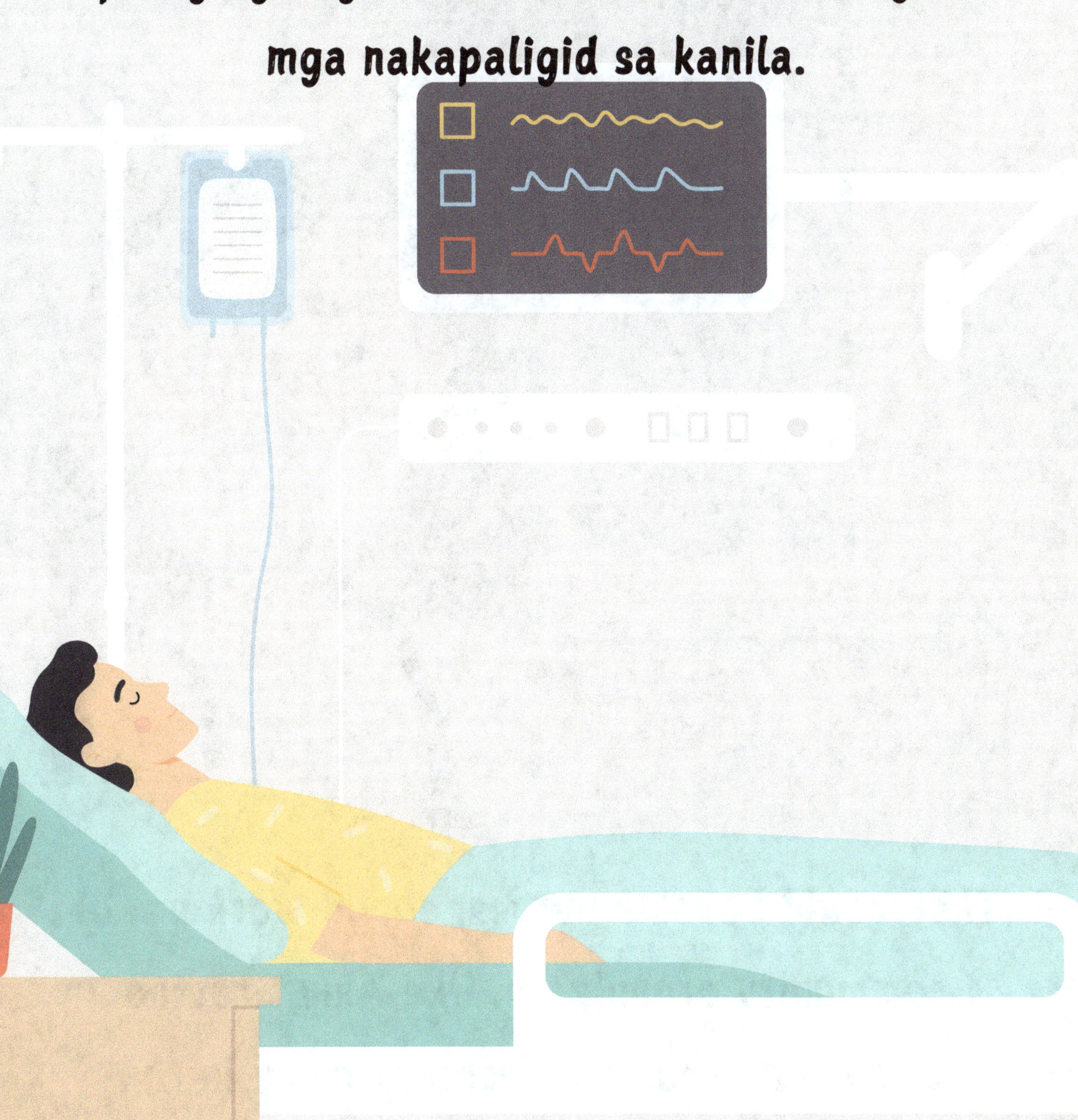

Ang iba ay may superpower ng kabaitan, palaging nagmamalasakit at tumutulong sa mga nakapaligid sa kanila.

They could become nurses, social workers, or community organizers, like Amy Gravino who's advocacy has inspired many in the medical field.

Maaari silang maging mga nars, social worker, o community organizer, tulad ni Amy Gravino na ang adbokasiya ay nagbigay inspirasyon sa marami sa larangang medikal.

Some kids with Autism are super storytellers,
imagining worlds full of adventure and fun.

Ang ilang mga batang may Autism ay napakahusay sa pagkukuwento, na nag-iisip ng mga mundong puno ng pakikipagsapalaran at kasiyahan.

They could grow up to be authors or filmmakers, like Tim Burton, the visionary director!

Maaari silang lumaki bilang mga may-akda o gumagawa ng pelikula, tulad ni Tim Burton, ang visionary director!

Every child with Autism has their own unique superpower, leading to exciting careers.

Ang bawat batang may Autism ay may sariling natatanging superpower, na humahantong sa mga kapana-panabik na karera.

Their superpowers make the world a brighter, more colorful, and interesting place.

Ginagawa ng kanilang mga superpower ang
mundo na isang mas maliwanag, mas makulay,
at kawili-wiling lugar.

No matter what your superpower is, it's important, and it can lead to an awesome career!

Anuman ang iyong superpower, mahalaga ito, at maaari itong humantong sa isang kahanga-hangang karera!

Everyone is different and that's what makes each of us a superhero in our own way.

Ang bawat isa ay magkakaiba at iyon ang dahilan kung bakit ang bawat isa sa atin ay isang superhero sa sarili nating paraan.

So, find your superpower, dream big, and imagine all the amazing things you can do!

Kaya, hanapin ang iyong superpower, mangarap ng malaki, at isipin ang lahat ng mga kamangha-manghang bagay na magagawa mo!

The End

Ang Katapusan

Books By Schaaf

www.BookBySchaaf.com

Find us at: